சந்தியா
பதிப்பகம்

கலாப்ரியாவின் கவித்துவம் தமிழுக்கே புதியது. அவருடைய நல்ல கவிதைகள் எல்லாமே வன விருக்ஷங்கள் மாதிரி. விஷயம், சொல்லும் விதம், வடிவம், மொழி எல்லாமே விசேஷமானவை. அபூர்வ மான கவிஞன். மிகுந்த கொடை வழங்கியிருக்கும் அவருக்கான இடமும் தனியானது. அந்த இடத்துக்கு யாரும் வரவும் முடியாது. ஒரு பிறவியில் என்ன எழுத முடியுமோ அதை அவர் எழுதிவிட்டார். மேற்கொண்டு அவர் எழுதவே இல்லையென்றாலும், கலாப்ரியாவைக் குறை கூறமுடியாது. வண்ணநிலவனும் அப்படித்தான். சிகரத்துக்குப் போன பிறகு வேறு எங்கே போக.

விக்ரமாதித்யன்

உளமுற்ற தீ

கலாப்ரியா

சந்தியா பதிப்பகம்
சென்னை - 83.

உளமுற்ற தீ
© கலாப்ரியா

முதற்பதிப்பு : 2013
அளவு : கிரவுன் ● தாள் : 60 gsm ● பக்கம் : 152
அச்சு அளவு : 11 புள்ளி ● விலை : ரூ. 95/-
அச்சாக்கம் : சென்னை மைக்ரோ பிரிண்ட் பி.லிமிட்,
சென்னை - 29.
ஓவியங்கள் : ஞானப்பிரகாசம் ஸ்தபதி

சந்தியா பதிப்பகம்
புதிய எண் 77, 53வது தெரு, 9வது அவென்யூ,
அசோக் நகர், சென்னை - 600 083.
தொலைபேசி: 044 : 24896979

ISBN : 978-93-81343-47-0

ULAMUTRA THEE

© Kalapriya

Printed at Chennai Micro Print Pvt Ltd.,
Chennai - 29.

Published by
Sandhya Publications
New No. 77, 53rd Street, 9th Avenue,
Ashok Nagar, Chennai - 600 083. Tamilnadu.
Ph : 044 - 24896979

Price Rs. 95/-

sandhyapathippagam@gmail.com
sandhyapublications@yahoo.com
www.sandhyapublications.com

"அகத்தகத் தகத்தினிலே உள் நின்றாள்...."

திரு. அ. வெற்றிவேல் – திருமதி. சசிகலா வெற்றிவேல்
ஆகியோருக்கும்

'வெற்றி இல்ல'ச் சுற்றத்தார்க்கும்

மிக்க அன்புடன்

கலாப்ரியா – சரஸ்வதி கலாப்ரியா

தேர்ந்த கவிஞரின் மொழி குறித்த தியானம்

✦

“தமிழ் எங்கள் வலமிக்க உளமுற்ற தீ” என்ற பாரதிதாசன் கவிதை வரியிலிருந்து கலாப்ரியாவின் மொழி குறித்த தியானம் தொடங்குகிறது. ஏறத்தாழ நாற்பது ஆண்டுக் கால சூட்சும உறவு கொண்ட எழுத்து மொழியை, வெளியே நின்று தியானிக்கும் தருணமாக இது இருக்கக் கூடும். அவ்வாறு தியானிக்கும் போது, மொழியானது, மஹால் தூணைச் சுற்றி வளைத்தாலும் தொட்டுக் கொள்ளாத கைகளுக்கு இடையே ஆன மௌனம் ஆக, ஆதுரத்துடன் மடி ஏந்திக் கொள்ளும் தொட்டில் ஆக, நகுலனைப் புசித்துப் பசி ஆறும் வியக்தி ஆக, குறளி வித்தைக்காரன் போர்வைக்குள் ரத்தம் வடியக் கிடப்பதான உயிரி ஆக, நகர் எரியும் போது மாறிய முலை ஆக, அவ்வப்போது வான் ஏகும் வெடிச்சத்தம் ஆக என்று பலவிதமாகத் தன்னைப் புனைந்து கொள் கிறது. சில சமயங்களில் புனைவை இழந்து வெறும்

கூற்றாகவும், நீதி நோக்கிச் சரியும் தொடர் அடுக்காகவும் தணிந்துவிடுகிறது இந்தத் தியானம்.

‘சுழன்று
சுருண்டு கிடக்கும்
உள்ளாடைக்குள்
பூரானாய்
ஒளிந்திருக்கிறது
கலவியில்
மொழி’

போன்ற வரிகளில் இயல்பாக வெளிப்படும் குரூர மிக்க அழகுணர்ச்சி, மற்றக் கூற்றுவரிகளின் போதாமையை அழுத்தமாகவே உணர்த்திவிடுகிறது.

மொழி பற்றியும் கவிதை பற்றியும் கவிஞர்களின் சிந்தனைச் சிதறலுக்குத் தொடர்ச்சியான ஒரு மரபு இருக்கத் தான் செய்கிறது. அமெரிக்கக் கவிஞர் வேலஸ் ஸ்டீவன்ஸ், தம்முடைய ‘அடாஜியா’வில் கவிதை மொழி பற்றிய தீர்க்க மான குறுமொழிகளை இறைத்துச் செல்கிறார்.

‘நம்முடைய நரம்புகளால் தான் கவிதையை நாம் வாசிக்கிறோம்’

‘அர்த்தத்தைப் போன்ற சிறகு வேறில்லை’

‘பணம் என்பதே ஒருவகைக் கவிதை தான்’

‘கடவுளைக் கைவிட்ட பின்பு, அவருடைய
இடத்தில்
வாழ்க்கையின் மீட்புச் சக்தியாக இருக்கும்
சாரம் கவிதை மட்டுமே’

'உருவகம் ஒரு புதிய மெய்ம்மையை
உருவாக்குகிறது
அங்கிருந்து பார்க்கும் போது மூலமானது
பொய்யானது போல் தோற்றம் கொள்கிறது'

என்பன போன்ற குறுகத் தறித்த வாக்குகளை அங்கு எதிர்கொள்கிறோம். மா. அரங்க நாதனின் 'பொருளின் பொருள் கவிதை'யும் யதேச்சையான கருத்துச் சிதறல் தான். அவர்கள் எல்லாம் உரைநடையில் சொன்னதைக் கலாப்ரியா உருவகங்களாகத் திரட்டிக் கவிதையில் சொல்லிப் பார்க்கிறார்.

மொழியைப் பற்றிய கவிஞனின் கவனம், 'மொழியின் கபால எலும்பிலிருந்து 'கிளர்ந்து எழுகிற தொன்மத்தை நோக்கிப் பயணிப்பதாக அமைகிறது. கொல்லிப்பாவை என்கிற தொன்மப் படிமம், வாசக மனத்தை மாய நிழல் கவியும் மலைவனத்திற்குள் அழைத்துச் செல்லக் கூடியது. கருங்கண் தெய்வம் கொல்லிமலையின் மேல்புறத்தில் அமைத்த, காண்போரின் உயிரைப் பருகக் கூடிய பாவை பற்றிய பரணர் புனைவு, மாயத்தன்மை உடையதாகவே இருக்கிறது.

'வாழ்க்கை
வனமாகும் போதும்
வாழச் சொல்கிறாள்
கொல்லிப் பாவை'

என்ற கலாப்ரியா கவிதையின் தொன்ம எதிர்த்வனி அவதானிப்புக்கு உரியது.

மரப்பாச்சி ஒன்றைக்
கையில் (இறுகப்) பிடித்தபடி

கண்ணயரும்
குழந்தைக்கருகே
தானும் உறங்கச்
சடை விரிக்கிறாள்
கொல்லிப் பாவை

என்ற சித்திரமும் தொன்மத்தின் மீது தாய்மைச் சாயலைப் பூசுகிறது. முரண் நிலையில் செயல்படும் படிமம் தொன்மத் திற்குக் கூட்டும் புதிய சாயைகள், வாசக அனுபவத்தின் வரைவெல்லையை விரித்துக் கொடுக்கின்றன.

அதே சமயம் அழகர்மலை ராக்காயி உருவம் நூபுர கங்கையின் புனல்புகை படியாமல் சோபிதம் இழந்து காட்சி தருகிறது. அங்கிருந்து நகரும் கவிமனம் இதிகாசப் படிமங்கள் சிலவற்றின்மீதும், நவீனத்தமிழ் ஆளுமைகள் மீதும் கவிகிறது.

'பிரதிபா' என்று அழைக்கப்பெறும் கவிஞனின் கற்பனை பல அர்த்தங்களை உள்ளடக்கியதாக இருக்கிறது. காட்சிப்புலன் சார்ந்த பிரதிமைகளை உருவாக்கும் திறன், நூதனமான உருவகங்களை எழுப்பிக் காட்டும் ஆற்றல், உணர்ச்சிகளை நுட்பமாகப் பிரதிபலிக்கும் தன்மை, தமக்குள் தொடர்பற்றவைகளை ஒருங்கிணைக்கும் திறமை என்று பல பொருள்களைப் பெறும் கற்பனை, இயல்பாக வாய்க்கப்பெற்றவர் கலாப்ரியா. 'மழை : மரம் : காற்று' கவிதை வரிசைக்கு கலாப்ரியாவின் 'சுயம்வரம்' ஒரு அபூத காரணம் என்று நகுலன் குறிப்பிடுவதை இங்கு நினைவில் கொள்ள வேண்டும். சொல் எதிர் பெறாமல் சொல்லி இன்புறுகிற கைக்கிளைத் திணையின் ஆகச் சிறந்த கவிஞரான கலாப்ரியா, வாசகனின் குரல் இணைவை எதிர்பாராதவராக இருக்கக்கூடும்.

தொகுதியின் இந்தக் கவிதை அதை ஒருவகையில் உணர்த்தி விடுகிறது.

>உண்டபடியே
>உறங்கி விட்ட
>குழந்தையைத்
>தொட்டிலிடுகிறாள்
>துளிர்த்து நிற்கும்
>சொட்டுப் பாலை
>சுட்டுவிரலில் எடுத்தவள்
>சுண்டித் தூர
>எறிய மனமின்றிச்
>சுவைக்கிறாள்
>தானே.

♦

மதுரை
5.7.2013.

ந. ஜய பாஸ்கரன்

2013 ஜனவரி 28ம் தேதி காலை இப்படி ஆரம்பித்தது...

✦

வாழ்வின் நிஜ ரணங்களை மனைவியும், நிழல் வலிகளை நானும் அனுபவித்து; மருத்துவ மனை, மகள் வீடு, மருத்துவ மனை, நண்பர் வீடு என்று காடாறு மாதம் முடித்து,ஒரு வழியாய் 'தம் இல்' வதிய ஆரம்பித்த இரண்டொரு நாட்கள் கழித்து, அதிகாலை ஒரு கனவு. நீண்ட நாட்களுக்குப் பின், சமீபமாய் நான் பார்த்திராத என்னைத் திரும்பியே பார்த்திராத, அவள் வந்த கனவு. 2013 ஜனவரி 28ம்தேதி காலை.... இப்படி, இந்த வரிகளுடன், ஆரம்பித்தது. நான் திறந்து வைத்திருந்த முக நூலில் கைகள் தாமாகவே தட்டச்சிட்டது ஒரு நிலைத்தகவலாய்

"விடிகாலைக் கனவில் இன்றும்
இளம் பிராயத்து சசி
இதற்கொரு முடிவே கிடையாது போலிருக்கிறது

விடியற்காலக் கனவு
பலிக்காவிட்டாலும்
வலிக்காமலாவது இருக்கலாம்..”

எதிர்பாராத விதமாய் இதற்கு முக நூலில், பெருவிரல் உயர்த்தி நிறையப்பேர் தங்கள் விருப்ப வரவேற்பைத் தெரிவித்திருந்தார்கள். அது ஒரு உற்சாக உயரத்தைக் கொடுத்தது. கொஞ்ச மாதங்களாகவே றியாஸ் குரானா போன்றோர் இடுகிற சில கவிதைகள் என்னை முகநூலில் கவர்ந்திருந்தன.(இப்போது போகன் சங்கர்). ராணி திலக்கின் புதிய கவிதைத் தொகுதி ‘நான் ஆத்மாநாம் பேசுகிறேன்’ படித்துக் கொண்டிருந்தேன். ஏற்கெனவே வாசித்த சில இளங்கவிஞர்கள், மனோ மோகன், கதிர் பாரதி, இசை, இளங்கோ, சின்ன சாமி, சாம்ராஜ், லிபி, சபரிநாதன் போன்றோரின் நூல்களும் என்னை கவிதை குறித்த புதிய மாய உலகுக்குள் உலவ விட்டிருந்தன. எது காரணமெனத் தெரியவில்லை. மொழிகள் குறித்த, ‘தாய் மொழி’ வார்த்தைக் கூட்டங்கள் திடீரெனப் பொங்க ஆரம்பித்தது. முதல் நாள்,

“ஒவ்வொரு புது வாக்கியமும்
மொழி செய்து கொள்ளும்
சுய மைதுனம்”

எனத் தோன்றிய வரிகள் சட்டென்று நின்றுகொண்டன. வழக்கமாய் இது இன்னொரு படிமம் அல்லது எதனை யேனும் பற்றித் தொடரும். ஆனால் இது தன் உச்சம் எட்டினாற் போல், ‘இவ்வளவுதான் இது’ என்று முற்றிக் கனிந்து நின்றது. என்னை ஒரு மாலையில் முற்றுமாய்க் கோர்த்து விட முடியாது என்று சொல்லாமல் சொல்லியது மொழி. பார்க்க முடிகிற பகுதி சொல்லில் வந்து, மீதமிருக்

கிற மிகுதி மொழியில் மறைந்து கவிதைகள் தன்னை நிறுத்திக் கொண்டன. (A SET, IT'S COMPLIMENT AND THE UNIVERSAL SET *என்று கணிதமும், "...அந்த மூலாதாரம் எப்போதும் இருப்பதாகத் தோன்றுகிறது எவ்வளவு பயன்படுத்தினாலும் அது தீர்ந்து விடுவதேயில்லை". என்று தாவோவும் சொல்லும்.)*

"மதுச்சாலை மேசைகள்
ஒவ்வொன்றிலும்
ஒவ்வொரு விதமாய்
தன் மொந்தை நிரப்புகிறது
மொழி"

என்று அடுத்த நாள் தோன்றியது. தொடர்ந்தது. மூன்றாம் நாள்,

"தேடிய வார்த்தையைப்
பூவாய்த் தரும்
அகராதி
ஏனையவற்றை
வேராய்
ஒளித்து வைக்கும்
மொழி"

தினமும் தொடர்ந்தது என்பது மட்டுமே நிஜம். அது இப்போது சொல்வது போல் இவ்வளவு பிரக்ஞை பூர்வமாக நிகழ்ந்து, தொடர்ந்தது எனச் சொல்ல முடியாது. ஆனால் முக நூல் நண்பர்களின் தொடர்ந்த உற்சாக மூட்டல் தினமும் இப் பயிற்சியை அயர்ச்சியின்றி வைத்திருந்தது. குறிப்பாக ஆசான் வண்ணதாசன், 'என்னைப்போல் ஒருவனான இரா. முருகன், மாலன்,

ரமேஷ் வைத்யா போன்ற அத்யந்தமானவர்களின் பாராட்டு உற்சாகமூட்டுவதாய் இருந்தது. அவர்கள் சொல்வது போலவே என் பழைய காலம் மீண்டது போலிருந்தது. எல்லோருக்கும் என் நன்றியைத் தெரிவிக்க வேண்டும். அவர்கள் என்றில்லை பலரும் தங்கள் பாராட்டுகள் மூலமாக, "என்னைப் பொறுத்தவரை உன் இதயத்தின் பாராட்டுதலே சகலமும்" என்று கானலைத் தேடி அலைய வைத்த, நாற்பத்தி ஐந்து வருடங்களுக்கு முந்திய அந்த 'விடியற்காலத்து சசி'யை, 'சாயங்காலத்து சசி'யை, இடை நேரத்தின் 'கனவுச் சசி'யை, மீட்டு வந்தார்கள். நலங்கெட்ட வீணையை தூசி துடைத்து மீட்ட வைத்தார்கள்.

"உன் தேவதைக்கான
கானல் வரிகளுடன்
வனமெங்கும் தடங்கள்
உண்டாக்கித்
திரிந்தலைந்து
என்னுருக்கண்டு
திகைக்கிறாய்
இவ்விரு உரு மட்டும்
போதும் உன் உயிரும்
நினைவும் தீரும் வரையென
மின்னற் சிரிப்பில்
கண்ணைப் பறிக்கிறாள்
கொல்லிப்பாவை"

கண்ணைப் பறித்து வனத்தில் தடுமாற விட்டும்,

"வாழ்க்கை
வனமாகும் போதும்

வாழச் சொல்கிறாள்
கொல்லிப்பாவை"

என்று மொழி மழைத்து வாழ விட்டும்

மொழியும் இவளும் 'கொல்லிப்பாவை'யாகப் படிம மாகிக் கூடவே இருந்தார்கள் கொஞ்ச நாட்கள். குழந்தை யாகிக் குளிர்வித்தார்கள், தாயாகித் தவித்தார்கள், தொல்லியல்ப் பாத்திரங்களாய், செவ்வியல்ப் பாத்திரங் களாய், இன்றையக் கதைகளாய் இன்னும் பலவுமாய் தினமும் தொடர்ந்தார்கள். உங்களையும் என்னைத் தொடர வைத்தார்கள். தொடர்ந்து வந்த எல்லோருக்கும் என் தீராத அன்பு. இதற்கு ஓவியங்கள் வரைந்து தந்த தம்பி ஞானப்பிரகாசம் ஸ்தபதி, முன்னுரை எழுதிய ந.ஜெயபாஸ்கரன், அழகுறப் பதிப்பித்த சந்தியா பதிப்பகத்தின் நண்பர்கள், நடராஜன், சௌந்தர்ராஜன், யாவருக்கும் என் நன்றி.

✦

"இறுதியாய்
இந்த வரிக்கு
வந்து சேர்ந்திருக்கிறேன்

நீ எவ்வளவோ
வேலைகளைமுடித்துவிட்டு
தலை
கோதிக் கொண்டிருக்கிறாய்"

என என் கவிதை சொல்லுமாப்போல், எனக்கு ஒரு குறையும் வராது பார்த்துக் கொள்ளும் என் இனிய துணைவி சரஸ்வதியின் சார்பாகவும் என் சார்பாகவும்

இதை எங்கள் நண்பர் அ.வெற்றி வேல் மற்றும் அவரது குடும்பத்தார்க்கு அன்புடன் சமர்ப்பிக்கிறேன்.

✦

இது இன்றைக்கு இப்படி முடிந்திருக்கிறது,

> "என்னையே நான் அறிவேன்
> என்னுடன் சாராயம் அருந்தும்
> இளங்கவிஞர்களே
> யார் உங்களில்
> என் கோப்பையில்
> விஷம் நிரப்பப் போகிறீர்கள்"

இடைகால் — அன்புடன்

28.07.2013 — **கலாப்ரியா**

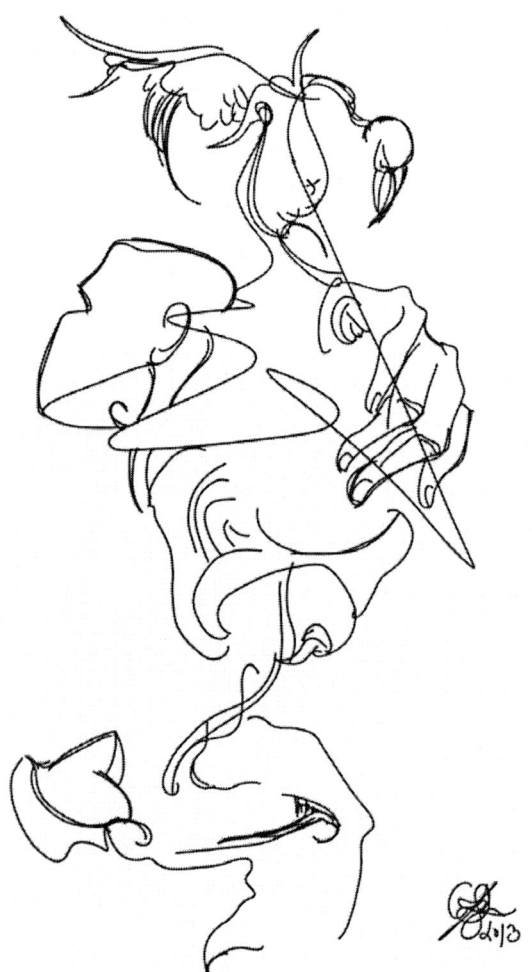

1

ஒவ்வொரு புது வாக்கியமும்
மொழி செய்து கொள்ளும்
சுய மைதுனம்

✦

2

மதுச் சாலை* மேசைகள்
ஒவ்வொன்றிலும்
ஒவ்வொரு விதமாய்
தன் மொந்தை நிரப்புகிறது
மொழி

♦

---

* டாஸ்மாக் மட்டுமல்ல

3

*முலையுண்டு
சிரிக்கும் வார்த்தைகளிடம்
சித்திரக் குறியீடுகள்
தன் தாயென்கிறது
மொழி*

✦

4

தேடிய வார்த்தையைப்
பூவாய்த் தரும்
அகராதி
ஏனையவற்றை
வேராய்
ஒளித்துவைக்கும்
மொழி

◆

5

வரச் சொன்னால் வந்து
கேட்டால் சொல்லி
குறளி வித்தைக்காரன்
போர்வைக்குள் ரத்தம்வடியக் கிடக்கிறது
மொழி

♦

6

சுற்றிப் பார்க்க வந்த
குழந்தைகள்
இரண்டிரண்டாய்
மஹால் தூணைக்
கட்டிப் பிடிக்கின்றன
தொட்டுக்கொள்ளாத
கைகளுக்கிடையே
மௌனமாய்
மொழி

✦

7

தினமும்
காலையில்
வெறும் வயிற்றில்
மிடறுகிறேன்
சிகிச்சை போல்
நாலைந்து வரி
மொழியை

◆

8

நகர்
எரியும் போது
முலை மாறிற்று
மொழியாய்

✦

9

ஒட்டிக் கறக்கப்பட்ட
வெற்று மடியை
முட்டி முட்டிக்
குடிக்கும் கன்றிற்கும்
நக்கும் பசுவுக்கும்
நாவின்றியில்லை
மொழி

♦

10

என்னை ஏற்றிக் கொண்டது
அந்தக் காகிதக் கப்பல்
குழந்தை கிழித்திருந்தது
என் கவிதைகள்

✦

11

முலையுண்ட
குழந்தைக்கு
ஏப்பம் வரும் வரை
முதுகு நீவும்
தாயுடன்
பரிதவித்து நிற்கிறது
மொழி

♦

12

நீங்கள்
உங்கள் மொழியுடன்
அளவளாவிக் கொண்டிருங்கள்
எனக்கும்
நிழல்களுக்கும்
சூரியனை
மேற்கில் கொண்டுபோய்ச் சேர்க்கும்
வேலையிருக்கிறது

✦

13

கொஞ்சம்
சாப்பிடுகிறாயா
என்றேன்
நன்றி
இப்போதுதான்
நிறையச்
சாப்பிட்டு வந்தேன்
நகுலனை
என்றது மொழி

♦

14

நடுகல் மீதமர்ந்து
அலகு துடைத்தபடி
நாளை வந்து விடும்
அக்காக் குருவி
என்கிறது
பலிச்சோறுண்ட
காகம்
வழி மொழிகிறது
வாடிய பூவுதிர்த்து
மரம்

✦

15

இலையுதிர்த்த மரம்
வெளிக் காட்டுகிறது
என்றோ தைத்த
அம்பை
யார் கவிதைக்குள்ளும்
வாராத மொழியென
தப்பியது

எந்தப் பறவையோ

♦

16

கழன்று
சுருண்டு கிடக்கும்
உள்ளாடைக்குள்
பூரானாய்
ஒளிந்திருக்கிறது
கலவியில்
மொழி

◆

17

*யாருக்குப்
பேருருக்
காட்டினாலும்
சின்னக்
கண்களால்
முடிவதைத்தானே
கொண்டு கூட்டித்தானே
தரிசிக்க முடியும்...*

*சிரிக்காதே
புராணிக
மொழியே*

♦

18

இலையுதிர்ந்த
மரக்கிளைகள்
இப்போது
உங்களைப் போலவே
இருக்கிறது
வாக்கியங்கள் சேமிக்கும்
எறும்புச் சொற்கள்
வழியே செய்தி கடத்துகிறது
வேர்களுக்கு
மொழி

✦

19

தேடுவதை விடுத்து
என்றோ தொலைந்த
பழம் படிமங்களை
அகழ்ந்து வருகிறாயே

முதலில்
பாதாளக் கரண்டியைத்
தொலைத்து முழுக்கு
சொல்கிறது
மொழி

♦

20

"ஏ என்னப்பெத்த
கப்பலு...... ச்சேய்
இதென்ன
மேலெல்லாம் சந்தனம்..."
'ஆய்' இருந்து
மெய்பட விதிர்த்துக்
கிடக்கும்
தொட்டில்க் குழந்தையிடம்
தாய் கொஞ்சும் வரை
தனிமையில் இனிமை
கண்டு கொண்டிருக்கும்
மொழி

✦

21

உறுமி பறை
கும்மி குலவை
சகல ஆர்ப்பாட்டஙகளுடன்
சாமக் கொடை முடிந்து
சப்பரம் கிளம்பிற்று
தீவட்டி பிடிப்பவனின்
தூங்கி வழியும் கண்ணில்
அமைதியாய்க் குடியேறிய
மொழி
அவ்வப்போது
வானேகுகிறது
வெடிச் சத்தமாய்

✦

22

சுருக்கிட்டுக் கொண்டது
நீள வாக்கியமாய்த்
தேர்ந்தெடுத்து விட்டதால்
தரையில்க்
கால்பாவி
ஜீவித்துத்
தொலைக்கிறதிக்
கவிதையில்
மொழி

◆

23

அங்காடியில்
சொந்தக் குழந்தைக்கு
ஆயத்த ஆடை
வாங்க சரியளவு
தெரியவில்லை
அருகில் விளையாடும்
ஏதோ குழந்தையை
உதவிக்கு அழைக்கிறார்
தலையுயர்த்திப் பார்க்கிறது
குழந்தை தன் தாயை
அனுமதிக்கிறாள் அவளும்

எல்லாம் ஒரு ஊமை நாடகம்

♦

24

மொழியற்ற
தன் ஒற்றை ராகம்
நினைந்து
தனித்திருக்கிறது
செத்துப் போன
பாம்பாட்டியின்
மகுடி

✦

25

அகர அன்புடன்
தோத்திரம்
சொல்லிப் பணிகிறது
ஒண்ணாப்பு டீச்சர் முன்
மாதா மாதம்
லட்சங்கள் ஊதியம்
வாங்கும்
டிஜிட்டல் மொழி

♦

26

சூரியன்
சொல்லுகிறான்:
நேற்று மாலை
பாண்டி விளையாட்டில்
குழந்தைகள் கையால்
கீறிய கட்டங்களையும்
குதிகாலை மையப்
புள்ளியாக்கி பெரு விரலால்
வரைந்த 'உப்பு' வட்டங்களையும்
யாரும் அழித்திடும் முன்
பார்க்க எண்ணி
காலையில்
விரைந்து உதிக்கிறேன்.

✦

27

சரியான இடத்தில்
சரியான உவமை
சரியான இடத்தில்
தவறான உவமை
தவறான இடத்தில்
தவறான உவமை
தவறான இடத்தில்
சரியான உவமை
தவிக்கிறது உவமேயம்

அமைதி காக்கிறது நீ
அணைத்து வைத்த
செல்லிடப் பேசி

♦

28

வாசலுக்கு நேரே
சீனத்து வாஸ்து மணி
விளக்குப் பூசை
முடித்து வைக்கும்
வீட்டு மணி
விலங்குகளின்
கழுத்து மணி
காண்டாமணி
தண்டவாள மணி
விழித் திறன் குறைந்தோர்
வழி ஒதுக்கித் தரும் மணி
அழைப்பு மணி
ஆலய மணி
ஆராய்ச்சி மணி
யாரும் அசைத்தாலன்றி
எதுவும் மொழியாது
மணியின் நாவு

✦

29

உச்சிக் கிளையில்
கூடமைத்த
பறவையின் குஞ்சுக்கு
நிழல் தர முடியாத
மரத்தின் தவிப்பை
உணர்ந்து
குடை பிடிக்கிறதொரு
குட்டி மேகம்
கண்டு காமுறும்
என் மொழி

♦

30

இடது கண்ணும்
வலது கண்ணும்
இடம் மாறிக் கொள்கிறோமே
என்றன
தொடர்ந்து இடது நாசி
வலது காது
கால்கள் எங்களுக்கு
எல்லாம் மண்தான்
என்று சொல்கையில்
கைரேகைகள் அசூயை
காட்டி வழக்காடின
முதுகெலும்பும்
மொழியும்
நடுநிலை வகிக்க
வாளாவிருக்கிறது
குற்ற உணர்ச்சியுடன்
நிலைக் கண்ணாடி

✦

31

*அதிகம்
கோருவதுமில்லை
குறைவாய்ச்
சொல்வதுமில்லை
அன்பின் மொழி*

♦

32

நிறுத்தற்குறிகளற்ற
கூட்டுரை நிகழ்த்திக்
கொண்டிருக்கின்றன
இலக்கணச் சூரியன்
எழும் வரை
பறவைகள்

✦

33

சிறிய
ஊரென்றாலும்
பெரிய
உலகினுள்த்தான்
இரந்து நிற்பவனின்
மிகக் குறைந்த
சொற்களும்
ஈயாமல் விரட்டும்
ஒற்றைச் சொல்லும்
பரந்து கெடச்
சொல்லும்
அறச் சொல்லும்
அனைத்தும்
சேர்ந்தே
உயர்தனிச்
செம்மொழி

✦

34

தன்னைத்
தானே
எழுதிக் கொள்ளும்
கவிதை போல
மிழற்றிக் கொண்டிருக்கிறது
தூங்கி விட்டதென
நினைத்த
மொழி பழகாத்
தொட்டில்க் குழந்தை

✦

35

இடைச் செருகல்
என்று
ஏழைப் புலவன்
கவிதைகளை
எடுத்தெறிகிறாய்
எடுப்பது எளிது
கோர்த்துப்பார்
என்கிறது
மொழி

♦

36

ஒளிச்சிதறல்
வானவில் சமைக்கும்
மொழிச் சிதறல்
அனுபூதி வழங்கும்
முப்பட்டகத்தை
மொழியின்
முன் வை

✦

37

*நடுக்கடல்
மீனுமின்றி
மொழியுமின்றி
தனியே
வறிய வலைஞன்
சிக்கிய பாட்டிலைத்
திறந்தான்
பூதமும் வந்தது
ஏதாவது
பேசிவிட்டுச்
சந்தோஷமாய்ச் சாப்பிடு
சைகையில் சொன்னான்*

♦

38

ஒளி நகல்
எடுத்தேன்
ஐம்பத்தாறு கவிதைகளை
மொழியறியா
வேற்று மாநிலத்தில்
பணம்
சரியா குறைவா
நகலெடுத்தவள்
எண்ணாமலேயே வாங்கி
மேஜையுள்
போட்டு விட்டு
ஒரு அலாதிப்
புன்னகையை
மிச்சம் தந்தாள்

✦

39

வாழ்க்கை
வனமாகும் போதும்
வாழச் சொல்கிறாள்
கொல்லிப்பாவை

✦

40

புன்னகையால்
ரத்தமருந்தி
நானுங்கள் முன்னு
லவ விட்டிருக்கும்
நடைப் பிணங்கள்
போதாவோ

கவிதை சுமந்து
மலையேறுபவர்களைக்
கண்டு அலமறுகிறாள்
கொல்லிப்பாவை

✦

41

பூக்கள் படைக்கிறாயே
மணம்
நானல்லவா தருகிறேன்
உயிரைப் படையலாக்கவா
என்கிறாயா
கருச்
சுமந்தது
நானல்லவா
சொல்கிறாள்
கொல்லிப் பாவை

✦

42

தங்கலாம்
உன் வீட்டில்
என்று
ஊஞ்சலாடிய
மரமொன்றுடன்
வந்தால்
சேவல் தீர்த்து
ரத்தம் தெளித்து
தச்சுக்கழித்து
நடு இரவில்
முச்சந்தியில்
விடுகிறாயே
வனத்துக்கே
திரும்புகிறாள்
கொல்லிப்பாவை

◆

43

உன் தேவதைக்கான
கானல் வரிகளுடன்
வனமெங்கும்
தடங்கள்
உண்டாக்கித்
திரிந்தலைந்து
என்னுருக் கண்டு
திகைக்கிறாய்
இவ்விரு உரு மட்டும்
போதும் உன் உயிரும்
நினைவும் தீரும் வரை
மின்னற் சிரிப்பில்
கண்ணைப் பறிக்கிறாள்
கொல்லிப் பாவை

✦

44

உன்னைக் காயும்
நினைவுகள்
சொருகி எரித்த
உலை கொதித்து விட்டது
இன்னும் ஏன்
தானியம் பொறுக்கிக்
கொண்டிருக்கிறாய்
சூரியன் தகிக்கத்
தொடங்கிய தடாகம்
தழுவவும்
மீன்கள் முத்தமிடவும்
மறு பசியுடன்
அழைக்கின்றன
எனக்கும் உறுபசி
சீக்கிரம் கவிதை பரிமாறு
சொல்கிறாள்
கொல்லிப்பாவை

◆

45

பேரருவிகளிரண்டை
ஏந்தி மகிழும்
அகலத் தடாகம்
தேக்கஞ் சருகுகள்
மிதக்க விட்டுக்
காலம் நகர்த்துகிறாள்
ஆழம் அதிகமோ
அருவிகளின் பேரென்ன
கருப்பருவியாய்ச் சிகை
தோள் புரள
நீந்திக் களித்தபடி
பதில் சொல்கிறாள்
கொல்லிப்பாவை
ஒன்று பொருநன்
ஒன்று பாணன்

✦

46

உங்கள்
மணவினை நீண்டு
தழைக்கட்டும்
வீட்டுக்குள்ளிருங்கள்
நானும்
பருவ மழையில்
நனைந்து நாளாயிற்று
வேகமாய்
விழுதுக் கூரை நீங்குகிறாள்
கொல்லிப்பாவை
மின்னலென்கிறோம்
உலகோர்

♦

47

நுனிக்கொம்பில்
அஃதிறந்தூக்கும்
அச்சமின்றிக் கூடும்
பேடைகள்
காதல் மடப்பிடிக்
களிறுகள்
தொய்வு சற்றுமின்றிக் கலவி
துய்த்துக் கொண்டிருக்கும்
காட்டு அணில்கள்
புதிய மூர்க்கத்துடன்
புணர்ந்து மகிழும்
சட்டையுரித்த பாம்புகள்

நாணம் மிகவுற்று
குகை ஒளிந்திருந்தாளாம்
கொல்லிப்பாவை

கோணங்கி அங்கு
சென்றிருந்த போது

✦

48

வலசை
வந்திருக்கும்
அக்காக் குருவிகளின்
அங்கலாய்ப்பில்
தொனிக்கும்
பாமரக் கவலையை
மொழிக்குள்
கொண்டு வந்து விட்டாயா
பருவத்தை மாற்ற
வேண்டும்
அந்தி கவியும் நேரம்
அவசரப்படுகிறாள்
கொல்லிப்பாவை

♦

49

முன் கோடைப்
பங்குனி முழு நிலா
வனமெங்கும்
உத்திரத் திருநாள்
கொண்டாட மலையேறிய
அலுப்பில் அங்கங்கே
ஓய்வாய்ச் சனக் கூட்டம்
மந்திகள் பறவைகள்
மரங்களின் அடர்வில்
பாம்புகள் புற்றுக்குள்
உறுமல் மறந்து
விலங்குகள் குகைகளுக்குள்
மரப்பாச்சியொன்றை
கையில் (இறுகப்) பிடித்தபடி
கண்ணயரும்
குழந்தைக்கருகே
தானும் உறங்கச்
சடை விரிக்கிறாள்
கொல்லிப்பாவை

✦

50

நீ என்னைக் காண
வருவதற்கு
அறுபது ஆண்டு
ஆயிற்று
அதுதான்
நூபுரம்
கங்கையாய்ப்
பொங்குகிறது
சற்றே அருந்தி
நனைந்து போ
அன்றுதான் பார்த்த
அழகர் மலை
ராக்காயி சொல்கிறாள்

◆

51

தீச்சூழ்ந்த மதுரை
மண்டும் புகையழல்
பார்த்து
நூபுரகங்கைக்கு நடுவேயும்
கொதித்துப் போய் நிற்கிறாள்
அழகர்மலை ராக்காயி
நிலமே புதைந்திடினும்
நலவுரு மாயாத
கொல்லிப்பாவை
சொல்லொண்ணாத் துயரில்

வெந்து தணியுமோ தன்
நதியும் மலையும் எனச்
சந்தேகத்தில்
பொதியைச் சீர்மகள்

வெற்றுக்கால்
ஒற்றை மார்பு
கொற்றவையொருத்தி
கோலம் கண்டு

✦

52

வானின் வழி
நின்றொழுகும்
தேனருவிப் பாதை
பாறைகளில்
ஆழமாய்ச் செதுக்கிய
பெண்ணின்
பெயரொன்றுடன்
அழிந்தும் அழியாமலும்
பல பெயர்கள்
ஈக்கள் அடை நீங்கும் முன்
பூக்களை முத்தமிட்டு
தேன் வழங்கித் தனியே
மீதிப்பகல் கழிக்கும்
குற்றால நங்கைக்குத்
துணையாய்

♦

53

முகத் தீர்க்கம்
குன்றாமல் ஆனால்
முற்றும்
முடியாமல்க் கிடக்கிறது
கிருஷ்ணாபுரம்
செல்லும் வழியிலொரு
துர்க்கை சிலை
முடிக்கும் முன்
முடிந்து
போயிருப்பானோ
சிற்பி

✦

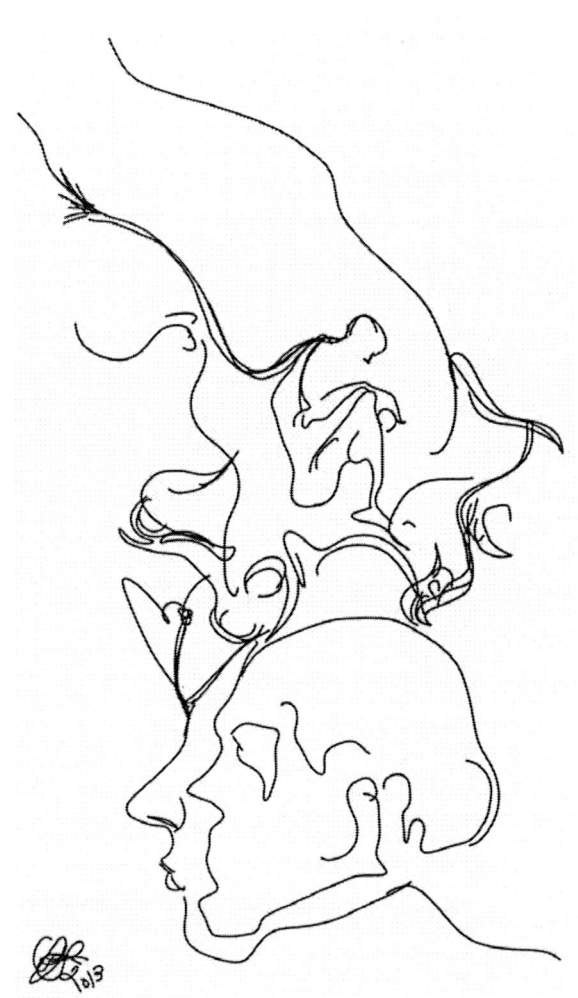

54

*குட்டிகள்
மடியுண்ணத்
தோதுவாய்
மல்லாந்து கிடக்கிறது
முற்றத்தில் நாய்
வாசல் தெளிக்க வந்து
துப்புரவாக்காமலே
திரும்பி
நாளைத்
தொடங்குகிறாள்
தாய்
நன்றி சொல்லிச்
செல்லமாய் வீசும்
காற்று
பனித்துளியுதிர்க்கும்
மரம்*

✦

55

ஒவ்வொரு முறையும்
தாய்
இரு கர்ப்பம்
தரிக்கிறாள்
சூற் பையில்
ஒன்று
மனதில்
ஒன்று இரண்டாவதை
இறக்கி வைப்பதேயில்லை

♦

56

மனம் வாடி
ஊடிய
வீட்டில்
குப்பைக்
கூடையாயிற்று
பூச்சாடி

♦

57

வரலாற்று எச்சம்
வௌவாலாய்த்
தொங்கும்
கோட்டை கொத்தளம்
வெண்ணிறக் கண்ணீராய்க்
காதல்ச் சின்னங்கள்
பொழுதிற்கும் சுற்றிக் காட்டும்
வழிகாட்டிக்கு
சலிக்காதா

அதே மகவின் முகம்
எப்போது வீடு
நுழைந்தாலும்
அலுக்குமா
தாய்க்கு

✦

58

மகவின்
மறுநாள்
வருகையெண்ணி
விழித்திருக்கும்
அம்மா
அவன்
மயிலிறகைக்
குட்டி போட
சினேகிதத்திற்குத்
தந்து விட்டு
தூங்காமல்
தொண தொணத்த
இரவொன்றை
நினைத்து
இருளில் சிரிப்பாள்
நெட்டுயிர்ப்பாள்

✦

59

தலைச் சுமைப்
பொருளனைத்தும்
விற்றுத் தீர்ந்து
வீடு திரும்புகிறாள்
வெற்றுக் கூடையில்
நாக்குச் செத்த
குழந்தைகளுக்காக
வாங்கிய கருவாடு
துரத்தித் திருட வரும்
காகங்கள் கண்டு
எடுத்துப் பத்திரப்
படுத்துகிறாள்
கருச்சுமந்த
அடி மடியில்
தாய்

♦

60

விபத்தில்
நீக்கிய காலின்
இல்லாத விரல்களில்

*மாய வேதனை
அனுபவித்து
அழுது கொண்டிருந்தான்
சினேகிதன்
அவதிப்படுவாளென
அவன்
பார்க்க
அனுமதிக்காத
அம்மா
நிஜ வேதனையுடன்
கடவுள் காலைப்
பிடித்துக் கொண்டு

✦

---

* Phantom limb

61

தன் ஏழு
குழந்தைகளைத் தன்
வெள்ளத்திலேயே
வீசிக் கொன்றாள்
கங்கை என
வியாச காவியம்

வள்ளுவன் அவ்வை
அதியமான் உப்பை
எனத் தங்கள்
குழந்தைகளை
ஆதியும் பகவனும்
அங்கங்கே விட்டுச்
சென்றதாய்
நாடோடிக்கதை

மொழித்தொட்டில்
ஆதுரத்துடன்
மடியேந்திக் கொள்ளும்
கதைகளை

✦

62

விலா எலும்பிலிருந்து
பெண்
முனிவன்
முதுகெலும்பிலிருந்து
வஜ்ராயுதம்
மொழியின்
கபால
எலும்பிலிருந்து
தொன்மம்

தோல் போர்த்திக்
கவிதையாக்கித்
துணைக் கொள்வோம்

◆

63

ஏழு
மராமரங்கள்
துளைத்து
வீரம் நிரூபித்து
குருதி படியாது
திரும்பியதொரு அம்பு

வாலியின் ரத்தம்
சுவைத்து அவன் வாழ்வு
முடித்ததொரு அம்பு

பரசுராமனுக்குக்
குறி வைத்து
விலக்கிய பாணம்
இன்னும் பறந்து கொண்டே
இருக்கிறதாம்

என்ன நம்
விதிக்கூர்மையோ
என மேலும் அம்புகள்
தூணிக்குள்
பரிதவித்துக் கிடக்கின்றன
எழுதப் போகிறவன்
சொற்கள் பார்த்து

✦

64

ஆரண்யமே
அந்தப்புரமாக
மந்தாகினி நதிக்
கரையோரம்
சேர்ந்து மகிழ்ந்த அயர்வில்
சீதை மடியில் ராமன்
மூட மறந்த மார்பில்
காகமாய் மாறி
ஆயிரம் கண்
இந்திரன் மகன்
நகக் குறி பதிக்க
அவனும் இழக்கிறான்
ஒற்றைக் கண்

அசோக வனத்தில் சீதை
அனுமனிடம்
பகிர்ந்து கொள்கிறாளிந்த
அந்நியோன்யக் கதையை

காவியங்கள்
ரகசியத்தை
ரகசியமாகக்
காட்டிக் கொடுக்கும்
வாசிப்பவனுக்கு

✦

65

"ஒரு சொல் வெல்லும்
ஒரு சொல் கொல்லும்"

சத்தம் வந்த
திக்கை நோக்கி
தசரதன் எய்த
'சப்த வேதி' அம்பு
தவறாய் ஒரு
உயிர் குடித்தது
உழல்வாய் நீயும்
புத்திர சோகத்தில்
சாபமிட்டனர்
செத்துப் போன
சிராவணன் பெற்றோர்

புழுங்கிப் புழுங்கி
இறந்தான்
பரதன் தந்தை

வென்றதும்
கொன்றதும்
ஒரே சொல்

✦

66

அருவி பார்த்துத்
திரும்பும் குழந்தை
மலையையே
வீட்டிற்குக் கொணரும்
நினைப்புடன்
'சிற்றோடை
செதுக்கிய கற்கள்'*
பொறுக்கி மலையிறங்கும்
சுமை தாங்காமல்
கழித்தது போக
வீடு சேர்பவை
மடை அடைக்கவோ
மாத்திரை நுணுக்கவோ
அப்பாவுக்குக்
கோபம் வந்தால்
அவ்வப்போது
அம்மா மீது
எறியவோ
உதவும்

✦

---

* தாகூரின் வாசகம்

67

பலவும் சொல்லி
வாயில்
ஒதுக்கியிருந்ததை
காட்டும்படிக்
கண்டித்த போது
பொய்க் கோபத்துடன்
தூரமாய் நிலந்துப்பி
முகந்திரிந்து
குனிந்த குழந்தையை
நினைவுறுத்துகிறது
மண் கீறித்
துளிர்த்துத்
தலை கவிழ்ந்து
நிற்கும் அதே
புளிய விதை

✦

68

மாலை நடையில்
உடன் வரும் நிழல்
நீண்டு நீண்டு
பின்னர் முற்றாய்
விலகிக் கொள்ளும்

தனியே
விடப்பட்டவனுடன்
துணையாய்
கை பிடித்து நடக்கும்
குழந்தையெனப்
படிமமொன்று
வளர்ந்து வ:ளர்ந்து
ஒரு கவிதையாகி
வீட்டுக்கு
அழைத்து வரும்
குழந்தையான
கவிஞனை

♦

69

பள்ளிக்குப் போக
ஆரம்பித்தும்
பால் குடி
மறக்காத
குழந்தை

விழாக்களைத்
தவிர்க்கிறாள்
வெட்கமுற்றுத்
தாய்

சபைக்கூச்சம்
சற்றுமின்றி
காதல் நினைவின்
மாராப்பை
நீக்க முயல்கிறது
கவி மதலை

✦

70

ஊசியின் காதில்
நூல் கோர்க்க
உதவியுதவிச்
சலித்த குழந்தை
விளையாட்டு
மும்முரத்தில்
இம்முறை மறுக்கிறது
ஆச்சி அது
ஒளிந்திருக்கும் இடத்தைக்
காட்டிக் கொடுக்கிறாள்

செல்லப் பழி வாங்கல்
(a kind betrayal)

✦

71

இள வெய்யில்
முதுகு சுட
விரிப்பை
விட்டு நீங்கி
தரையில் உறங்குகிறது
குழந்தை
எழுத யோசித்திருந்த
படிமத்தை விட்டு
எங்கோ விலகி
வந்தது போல

✦

72

வெட்டுண்டது
மின்சாரம்
மென்னி முறித்தது
குட்டி பீமனையும்
கணிணி விளையாட்டையும்
நீண்ட கதையை
விழைந்து
நெடு நேரம்
விழித்திருந்து கேட்ட
குழந்தைகள்
இருளில்
எப்போது தூங்கின
தெரியவில்ல
காலையில் விழித்த
கதை சொல்லி
காண்கிறான்
கால் மாடு தலை மாடாய்க்
கூடம் நிறைத்து
உறங்கும்
கவிதைகளை

✦

73

மெல்ல மெல்ல
நுழைகிறது
கோடை
வெக்கையையும்
விடுமுறையையும்
துணைக்கழைத்தபடி

பொம்மை, சீட்டுக்கட்டு
ட்ரேட், தாயக்கட்டம்
பகடைகள்
செப்புச் சாமான்கள்
கூடமெங்கும்
சிதறிக்கிடக்க
ஒரு விளையாட்டைக்
கை விட்டு
இன்னொன்றென
அவற்றினூடே பயமின்றி
ஓடிக் களிக்கும்
குழந்தைகள்
கலவரப்பட்டு
கை பிசைந்து நிற்கும்
கவிதை

✦

74

பனி முற்றும்
விலகாத
பங்குனி வாசல்
பையன்
எறிந்து விட்டுப் போன
கவலை விதைக்கும்
காலைத் தினசரி
ஈரப்பதத்தில்

ஓடி ஓடிப்
பொறுக்கும்
கவலைகள் நனைக்காத
குழந்தைகளுக்காக
உதிர்ந்து கிடக்கும்
பவளமல்லி

◆

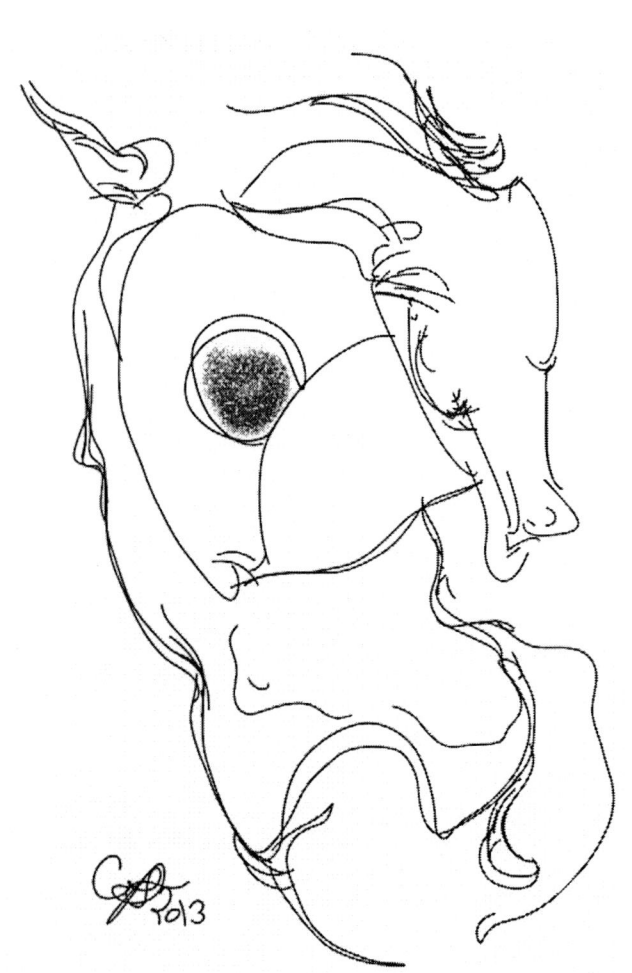

75

திரும்பத் திரும்ப
நினைவில் வந்து
தித்திக்கிறது
தி. ஜானகிராமன்
கவிழ்த்த
பாயச அண்டா

♦

76

மேல் அறையில்
கட்டில் நகர்த்தும்
ஓசை
பக்கத்து அறையில்
பல் தேய்த்துப் பலமாய்
ஓங்கரிக்கும் சத்தமென
விடுதியின்
அவசர அசைவுகள்
கனவுகளும்
காலி பாட்டில்களும்
நிறைந்த
பள்ளத்திலிருந்து
வெளியேறுகிறது
உறக்கம் துறந்து உடல்
கதவு திறந்து
காரிடார் வந்தால்
இருள் பிரியும் முன்
கூடு திரும்புபவளின்
மார்பு கசக்கி
உடல் டிப்ஸ்
பிடுங்குகிறான்
ரூம் பாய்
இன்று(ம்) மற்றுமொரு நாள்
என்னலாம் ஜி.நாகராஜன்

✦

77

ஒருவன் கவிதையெழுத
ஒருவன் சினிமாக்கதை
தர்க்கித்துக் கொண்டிருக்க
ஒருவன் சிலை வடிக்க
யாராரோ பாராட்ட
நான் பொறாமைப்பட
எல்லாமே
நிகழ்கிறது
மௌனியின்
கனவில்

♦

78

*பாம்பு
பார்த்த யாரும்
பார்க்காதவர்களிடம்
பரிமாணங்களைக்
விரித்தே கூறி
பயம் கூட்டுவதாலா
கயிறா பாம்பாவெனத்
தயங்குகிறான்
புதுமைப் பித்தன்*

✦

79

புறக்கணிப்பின்
கொடுவாள் தாக்கி
நடுநெற்றி ரத்தம்
முகம் வழிந்து
உதடு கரிக்க
நிற்கிறேன்
ஓங்கி உமிழலாமென்றால்
பகவதியுன் முகத்தில்
ஏற்கெனவே
எம்.டி. வாசுதேவனின்
வெளிச்சப்பாடு துப்பிய
எச்சில்

◆

80

கிழக்கே லேசான ஒளிரேகை
கிளை மாற்றிக் கிளை மாற்றி
அமர்ந்து கூவி
பறவைகள் இருப்பிடம்
நீங்கியாயிற்று
இனி உபயோகிக்கவே முடியாத
கறைத்துணிகளை சரிகைப்பையில்
சுற்றி மறுகாலில் எறிந்து
திரும்புகையில்
வெளிச்சம் நன்கு பரவி
பவளமல்லியின் வாசனையை
விழுங்குகிறது
வெளிக்கிளம்புகிறார்கள்
வண்ண நிலவனின்
அழைக்கிறவர்கள்

✦

81

யாரைத் தேடி இந்த
வேணா வெயிலில்
தெருவாசலில்
தவமிருக்கிறாய்
மனைவியைக் கேட்டேன்
கணக்குத் தேர்வு
வினாத்தாள் எப்படியென்று
வீடு வரும் பிள்ளைகளிடம்
கேட்கத்தான் என்கிறாள்
ஓய்வு பெற்றாலும்
ஒப்பனைகள்
கலைக்க முடியாதவை

◆

82

குழந்தை
மடியிருத்தி
துலாபாராம்
கொடுக்கிறாள்
தாய்
தலைக்குச் சற்றே
உயரத்தில்

எதிலும் அமராமல்
கடுகிச் சிறகடித்து
காற்றிலேயே நின்று விட்டுப்
பறக்கிறது
பெயர் தெரியாமல்
ஒரு சிறு பறவை

✦

83

தாவரயியல்ப் பூங்கா
வாசலில்
சரங்கோர்த்தாற்போல்
இரண்டிரண்டாய்க்
குழந்தைகள் வரிசை
உள்ளேகக் காத்திருக்கிறது

தோட்டத்திற்கு வெளியேயும்
சில பூக்கள்

✦

84

கொத்தாட்டையிலும்
என் இன்னொரு
காயை வெட்டிக்
கனியவிடாமல்க் களிக்கிறாய்
மேலும் ஒரு கொத்தாட்டைக்கு
பகடை உருட்டுகிறாய்
ஆடாக இருந்தாலும்
புலியாக மாறினாலும்
சிறைப் படுத்தி விடுகிறாய்
பரிவாரங்கள் பதைத்து நிற்க
உன் வியூகத்திற்குள்
எப்போதும்
என் ராஜா
முடிவுறாத
கவிதை சுமக்கும்
வெற்று வரிகளைப்போல்
மக்கும் கழுதையுமாக
நானே சுமக்கிறேன்
அநேகமான
சீட்டுக்களையும்
அதோடு வாழ்க்கையையும்

✦

85

எல்லோரும்
எல்லோருடனும்
எப்போதும்
இணைந்தேதான்
இருக்கிறோம்
எல்லோரும்
சுவாசிப்பது
எல்லோரும்
எவ்வெப்போதோ
விட்ட மூச்சுத்தானே

♦

86

எப்போது
கூடு நீங்கினாலும்
இரை கிடைக்கும்
ராஜாளிக்கு

✦

87

கிழிக்காத
காலண்டரில்
தினப்பலன் பார்த்து
அவசரமாய்
அலுவலகம்
ஏகும்
இரண்டாம் வர்க்கம்.

✦

88

கற்பாவை விளக்கின்
மார்பில்
துகிலிடுகிறது
எரிந்தவியும்
சுடரின் புகை

✦

89

முன்னே வந்த பறவை
இந்நேரம்
புழுப்பொறுக்கி
குஞ்சுக்குத் தந்து
விட்டிருக்கும்
நீங்கள் பார்ப்பது
தைப்பனிக்குப் பயந்து
தாமதித்து வந்தென்
கவிதை வலையில்
சிக்கியதை

♦

90

கூட்டுக்களியில்
பீர் பாட்டிலைத்
திறக்கத் திணறிக்
கொண்டிருக்கையில்
பல்லால்க்
கடித்துத் திறந்து
நுரை பொங்கத்
தந்தவனுடன்
பேசி வெகு
நாட்களாகியிருந்தது

✦

91

நினைவில் நிற்கும்
பாடலின் பல்லவி
ஒலி ஒளித்து
இறந்த காலத்தை
மீட்கிறது
நினவு மேகங்கள்
திரையெழும்பிச்
சரணங்களை
மறைக்கிறது

ஒரு பாடலை
முதன் முறை
மட்டுமே
முழுதாகக்
கேட்கிறோமோ

♦

92

உங்களை
உங்கள்
கரங்களாலேயே
நான் தொடுகிறேன்
இக்கவி வரிகளால்

வலம் பாயும்
காக்கையின்
அருகாமைச் சிறகடிப்பில்
வானம் தொட்ட
உணர்வு
வருவது போல்

✦

93

முகந்திரியாது
வரவேற்று
விருந்து கண்டு
மகிழ்ந்தபோதும்
வெட்கமுற்று
மனம் புதைந்து போகிறதே
மோப்பக் குழையும்
அனிச்சமா
கவிதை

✦

94

தழை தின்று
பெருத்த வயிறுடன்
ஊர் திரும்பும்
மந்தை மாடுகள்
ஒவ்வொன்றாய்
தொழுவம் தேடி
அடைய அடைய

மேய்ச்சல் காட்டின்
வெக்கை தங்கிய
மாட்டுக்காரனின்
முகத்தில்
அந்தி கவிகிறது
மெல்ல மெல்ல

✦

95

அழைப்பவர்
குரலை
அமிழ்த்தி விடுகிறது
தெருவழிப் பொருள்கள்
விற்றுச் செல்பவன்
தன் குரல்
தீருவதேயில்லை
அவன் திசைகளும்
பாடுகளும்

✦

96

உன்
வீட்டின்
தென் கிழக்கு மூலை
ஒட்டி வளரும்
அண்டை வீட்டிற்கு
வடகிழக்கு
கட்டமிட்ட
வாழ்க்கையின்
திசை மயக்கம்

✦

97

மாலையிலிருந்து
அறுந்து
விழுந்த
பாசி
எறும்புகளின்
பாதையில்
ஒரு குகை போல

✦

98

நனைவதும்
காய்வதுமாய்
சுருணைத் துணி
வாழ்வு

✦

99

தெரு நிறைத்துக்
கொல்ல முனைந்த
படை நடுங்க
படம் விரித்து நிலங்கொத்திப்
பயமுறுத்தி
பயந்து
படம்
சுருக்கி
நெளிந்து விரைந்து
நிலமளந்து தப்பித்தது
பழைய பாம்புக்
கதைகள் பேசி
படபடப்படக்கித்
தெரு நீங்குகிறது சனம்

சாவகாசமாய்ப்
பறந்து வந்து
மண் புழு
கொத்திப் போகிறது
ஏதோவொரு சிட்டு

◆

100

கதை
தன்
அணுக்கத் தொண்டர்களிடம்
அன்பு மிகக் கொண்டு
நீதிகளைக்
கட்டளையென்றில்லாமல்ப்
போதிக்கும்
வரலாற்றை
ஒன்பான் ரசமுடன்
உணர்த்தும்

கதைக்கு
கதைகள் என்பது
போதை வஸ்து போல்
புகைப்பதுவோ
உயர் ரக மதுவோ
உள்ளூரில் வடிப்பதோ
எதுவெனினும்
பேதம் பார்ப்பதில்லை

தன் ராஜசபையின்
சக பிரதானிகளைக்
கொண்டாடுமேயொழிய
கதையில்
காட்டிக் கொடுப்பதில்லை

கதையின்
ரகசிய சினேகிதிகளிடம்
சுவாரஸ்யம் மீதூற
ஆசை கொள்பவர்களுக்கு
அவர்கள் தங்களின்
எந்தக் கூத்துக்கும்
நாயகியாக்கிக் கொள்ள
அரசனோ அமைச்சனோ
அரக்கனோ முனிவனோ
யாரானாலும்
தாராளமாய்த்
தத்தம் செய்து விடும்

அன்பின் பெருங்கருணையால்
கதை செய்யும்
குற்றங்களையும்
பெறும் தண்டனைகளையும்
தன் வாசகனுக்கு
வருத்தமின்றித்
தோள் மாற்றி விடும்

வரி வரியாய்
வாசிப்பவர்களை மட்டும்
இறுதி வரிகளுக்குச்
சற்று முன்
தானே ஓடி வந்து
சுமையிறக்கிச்
சோர்வு நீக்கும்

✧ கலாப்ரியா | 123

மறுபடி முதல்
வரிக்கே வழி காட்டும்

அவசரப்பட்டு
வெளியேற நினைப்பவர்களுக்கு
அது ஒரு
ஆரம்பிக்காத புதிர்ப்பாதை

✦

2013

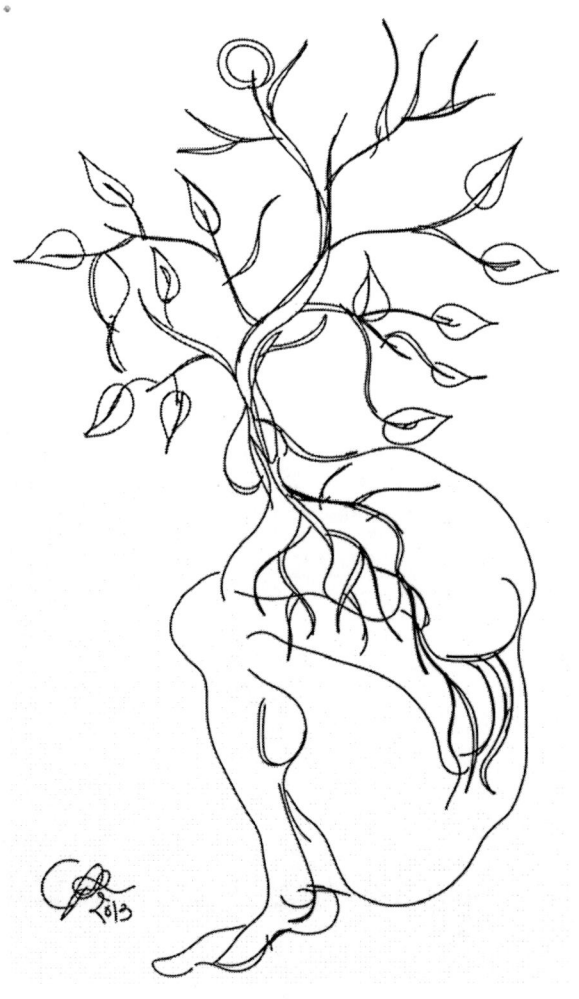

101

ஒரு நாளும்
சொந்தமில்லை
உரை கல்லுக்கு
தங்க ரேகைகள்

✦

102

இடுகாட்டில்
அதிசயிக்கிறார்கள்
யாருக்கும்
வாய்த்ததில்லை
இவ்வளவு
லட்சணமான
சவப்பெட்டி

♦

103

வீட்டுக்குள்
வந்தால்
விரட்டுகிறோம்
அணிலையும்

✦

104

உன் சரம்
வெடிக்கும்
வேகத்தில்
தூக்கியெறியப்பட்ட
ஒற்றை வெடி
என் வீட்டின் முன்

வெற்றாய்ச்சீறும்
தாமதமாய்

♦

105

*காதல் செய்வீர்
அன்றி
கைவிடுதல்
கற்பது
கடினம்*

✦

106

அனுப்பி வைத்து
அமைதியாயிருக்கும்
வில்லும் நாணும்
குறி தேடி
அலை பாயும் அம்பு

♦

107

வலிய
மழைத்துளி
நிலம் நனைக்கும்
எளிய துளியை
நடு வானில்க்
காற்றுண்ணும்

✦

108

இங்கே
அமாவாசை
எங்கோ
சந்திரோதயம்

♦

109

முகவரி தருவீர்
விருந்தாடவந்தால்
முகத்திலறைந்தார்ப் போல்
கதவு சாத்தலாம்

✦

110

உண்டபடியே
உறங்கி விட்ட
குழந்தையைத்
தொட்டிலிடுகிறாள்
துளிர்த்து நிற்கும்
சொட்டுப் பாலை
சுட்டுவிரலில் எடுத்தவள்
சுண்டித் தூர
எறிய மனமின்றிச்
சுவைக்கிறாள்
தானே

♦

111

விடை தெரியாதவனிடம்
புதிரைச் சொல்வதுதான்
சுவாரஸ்யம்

✦

112

வாழ
வரம் தரும் போதே
கொல்லும்
உபாயங்களும்
உருவாக்கப்
படுகின்றன

♦

113

ஏழு சீர்களைப் படித்து முடிக்கையில்
கிட்டி விடுகிறது
கொக்கிற்கு மீனும்
நமக்கு கவிதையும்
யாருக்கோ அறிவுரையும்

✦

114

எங்காவது
தினமும்
பென்சில்
தொலைக்கும்
குழந்தைகளால்
ஆனது உலகம்

♦

115

ஒரு
சிலந்திக்கூடாவது
சிதைக்கப் படும்
தினம் கொண்டது
உலகம்

✦

116

இலை
மறைந்து கொள்கிறதிவ்
வுலகில்
ஏதோ ஒரு
பூவோ கனியோ
தினமும்

✦

117

இந்த
வெயிலைத்தான்
பசியோடு
கனவு கண்டு
கொண்டிருந்தேன்
இருள்க் கூடு நெகிழ
வெளி வரும்
வண்ணத்துப் பூச்சி
உலகம் பார்க்கிறது

உலகும் பார்க்கிறது

✦

118

நிர்ச்சலனம் போல்
அணி வகுக்கும்
மீன்களுக்குப்
பொரி போட்டு
பரபரப்பை விதைக்கிறோம்
போரின்றி அமையாத
உலகோர்

◆

119

யாராவது ஒருவர்
யாரோ ஒருவரை
எதிர்பார்த்து
சுமைகளுக்கு துணையாய்
சுமைகளே துணையாய்
ரயில் போன பின்னும்
அநேகமாய்த் தினமும்
தனியாய் நடை மேடையில்

✦

120

உறையிலிருந்து
நழுவிய
குறுந்தகடு
யார் வீட்டில்
ஒலித்துக்
கொண்டிருக்கிறதோ
பழைய பாடலை.

✦

121

" எந்த ஊர் யானையோ
தெரியலையே
இந்தத் தெருவுக்குள்ள
வந்தா திரும்ப முடியாதே..."
ஆதங்கப் படுகிறாள்
நெருங்கும்
மணியோசை கேட்டு
மனைவி

✦

122

இறுதியாய்
இந்த வரிக்கு
வந்து சேர்ந்திருக்கிறேன்

நீ எவ்வளவோ
வேலைகளை முடித்துவிட்டு
தலை
கோதிக் கொண்டிருக்கிறாய்

♦

123

யாவரும்
தினம் சுவாசிக்கும்
மூச்சில்
ஏதோ ஒன்று

யாரோ
தூங்குகையில்
வாங்காமல்
சுழி மாறிப்
போனவொன்று

✦

124

கண்ணைக்
கட்டிவிட்டாலும்
கழியுடன்
வந்து விட்டாய்
கடைசி வரிக்கு
ஓங்கி அடி
உடை உறியை
அல்லது வரியை

♦

125

மழை வேண்டி
மாரடித்து
இழுத்துப் போகும்
கொடும்பாவிக்கு
யார் வரைந்தது
இவ்வளவு
அழகான
மீசை

✦

126

கடலை வியப்பவர்கள்
ஊற்றைக் கண்டிருக்க மாட்டார்கள்

*

ஆற்றுக்குத்தான் கரைகள்
அருவிக்கு ஏது

♦

127

ஆரம்பமாகி
முடிந்தால்
அது கதை
ஆரம்பிக்காமலே முடிந்தால்
அது வாழ்க்கை

✦